പൂർണ

2024

ഗ്രേസി ആന്റണി

കോഴിക്കോട് നഗരത്തിൽ കച്ചവടക്കാരനായിരുന്ന പുത്തൂർ ഐനിക്കൽ ആന്റണി-എൽസി ദമ്പതികളുടെ ഏഴ് മക്കളിൽ അഞ്ചാമതായി ജനിച്ചു. കോഴിക്കോട് സെന്റ് വിൻസന്റ് കോളനി ഹൈസ്കൂളിൽനിന്നും പ്രാഥമിക പഠനവും കാലിക്കറ്റ് യൂണിവേഴ്സിറ്റിയിൽനിന്ന് ഉപരിപഠനവും പൂർത്തിയാക്കി. വയനാട്ടിലെ ആർ.സി.യു.പി.എസ്. പള്ളിക്കുന്ന്, കോഴിക്കോട് സെന്റ് മൈക്കിൾസ് ഗേൾസ് ഹൈസ്കൂൾ എന്നിവിടങ്ങളിൽ സേവനമനുഷ്ഠിച്ചിട്ടുണ്ട്. 30 വർഷത്തിലധികമായി അധ്യാപനരംഗത്തുണ്ട്. നിലവിൽ ജി.വി.എച്ച്.എസ്.എസ് കൽപ്പറ്റയിൽ അധ്യാപികയാണ്. സോഷ്യോളജിയിലും ഫിലോസഫിയിലും ബിരുദാനന്തരബിരുദവും കൗൺസിലിങ് & ട്രയിനിങ്ങിൽ ഡിപ്ലോമയും നേടിയിട്ടുണ്ട്. ബാലസാഹിത്യ കൃതിയായ പട്ടണപ്പീപ്പിയ്ക്ക് (പൂർണ പബ്ലിക്കേഷൻസ്) നാഷണൽ മലയാളി മീറ്റിന്റെ തുഞ്ചത്ത് രാമാനുജൻ എഴുത്തച്ഛൻ അവാർഡ് (2023-24) ലഭിച്ചിട്ടുണ്ട്. (ഭർത്താവ്: അധ്യാപകനായ ശ്രീ. ആന്റണിജോസഫ്. മക്കൾ: അലൻ, അമൽഡ. വിലാസം: നടക്കൽ ഹൗസ്, ഓണിവയൽ, കൽപ്പറ്റ-673121. e-mail:alluamaluonivayal@gmail.com Mob:9495933914

ബാലസാഹിത്യം

നോവൽ

ഗ്രേസി ആന്റണി

എന്റെ തീവണ്ടിമാമനെ കണ്ടോ?

പൂർണ പബ്ലിക്കേഷൻസ്, കോഴിക്കോട്

കോഴിക്കോട് ▪ കല്പറ്റ ▪ തിരുവനന്തപുരം

Poorna
Publications

Ente theevandimamane kando
Children's Literature
Novel
Gracy Antony

Malayalam
First Edition: February 2024

Cover design: Third Eye
Illustration: Soumya & Raveendranathan

Typesetting: Poorna Clt.

ISBN: 978-81-300-2712-8
10404(2-2024) 36..I.0.e

Published by:
POORNA PUBLICATIONS, KOZHIKODE
TBS Building, G.H. Road, Kozhikode-673001
Ph: 0495-2720085, 2720086, 2721025

Branches: **Kalpetta** 04936-203842
Thiruvananthapuram 0471-2570504

e-mail:tbsbook@gmail.com
Online Bookstore: www.tbsbook.com

സമർപ്പണം

മലമടക്കുകളിലും മരുഭൂമിയിലും തീവണ്ടിച്ചിത്രങ്ങൾ യാഥാർത്ഥ്യമാകാതെ സ്വപ്നമായിക്കൊണ്ടു നടക്കുന്ന എല്ലാ ബാല്യങ്ങൾക്കും.

ആമുഖം

കാട്ടിലെ ആനയും പട്ടണത്തിലെ തീവണ്ടിയും എത്ര കണ്ടാലും മതിവരാത്ത കാഴ്ചകളാണ്. ഹൃദയത്തളത്തിൽ തീവണ്ടിത്താളം സംഗീതംപോലെ ഇഷ്ടപ്പെടുന്ന കുരുന്നുകളോട് ഹൃദയം ചേർത്തു വെക്കുകയാണ് ഈ പുസ്തകം. തീവണ്ടിശബ്ദങ്ങളും കുലുക്കങ്ങളും ത്രസിപ്പിച്ച അനേകമനേകം ബാല്യങ്ങളുണ്ടായിരുന്നു. ഇപ്പോഴുമുണ്ട്...ഇനിയും ഉണ്ടാവുകയും ചെയ്യും.

അതിവേഗതയിൽ കടന്നുപോകുന്നതും പിന്നീടൊരിക്കലും തിരിച്ചുവരാത്തതുമായ ബാല്യത്തീവണ്ടികളെ ശ്രദ്ധിച്ചു കൊള്ളണേ... അവരുടെ ഹൃദയബോഗികളിൽ മുതിർന്നവർക്ക് ഇഷ്ടമുള്ളതുമാത്രം കുത്തിനിറയ്ക്കാതിരിക്കുമല്ലോ. ജനലിലൂടെ അകത്തേയ്ക്ക് വരുന്ന ചായക്കാപ്പികളോടൊപ്പം ഇഷ്ടമുള്ള ബലൂണുകൾ പറത്താനും, മനസ്സിൽ നിറയുന്ന ചിന്തകളും ഭാവനകളും സങ്കോചമില്ലാതെ പറയാനും, അതിൽ പറ്റാവുന്നവയെല്ലാം വികസിപ്പിക്കാനും സ്നേഹസിംഹങ്ങളായ എല്ലാ മുതിർന്നവരും ശ്രമിക്കണേ.

സസ്നേഹം

ഗ്രേസി ആന്റണി

ഹൃദ്യതരമായ വായനാനുഭവം

ഡോ. ജോർജ് ഓണക്കൂർ

കുഞ്ഞുമനസ്സിൽ വിസ്മയത്തിന്റെ പുകച്ചുരുളുകൾ ഉയർത്തി മറഞ്ഞുപോകുന്ന തീവണ്ടി റെയിലോരത്തെ വീട്ടിൽ ജോക്കു നിത്യവും കണ്ടുകൊണ്ടു നിൽക്കുന്നു. തീവണ്ടിയുടെ പിന്നിൽ നിൽക്കുന്ന തീവണ്ടി മാമനോടു തോന്നിയ മമതയിൽ നിന്നാണ് കഥ വളരുന്നത്.

അജ്ഞാതനായ വ്യക്തി ഒരു ചെറിയ കുട്ടിയുടെ മനസ്സിൽ ഉണർത്തുന്ന ആദരവും അറിവിനോടുള്ള മോഹവും ലളിതമായി, സുന്ദരമായി ഗ്രേസി ആന്റണി വാക്കുകൾകൊണ്ട് ചിത്രീകരിക്കുന്നു. ബാലമനസ്സിന്റെ കൗതുകങ്ങളും അത് പരിപോഷിപ്പിക്കാൻ മുതിർന്നവർ പുലർത്തേണ്ടുന്ന ജാഗ്രതയും ഭംഗിയായി അടയാളപ്പെടുത്തുന്ന ബാലസാഹിത്യകൃതിയാണ് ഇത്. ജോക്കുവിന്റെ അമ്മയും, അമ്മമ്മയും, സുജാതടീച്ചറുമൊക്കെ ഈ കഥാന്തരീക്ഷത്തിന് കൂടുതൽ മിഴിവേകുന്നു. സുതാര്യമായ ശൈലിയിൽ കൗതുകം ഉണർത്തുന്ന വിധം രചിച്ചിരിക്കുന്ന **'എന്റെ തീവണ്ടിമാമനെ കണ്ടോ?'** ഏതു പ്രായത്തിലുള്ളവർക്കും വായിച്ചു രസിക്കാവുന്ന ബാലസാഹിത്യ കൃതിയാണ്. കുട്ടികൾക്കാകട്ടെ അത് അത്യന്തം ആഹ്ലാദകരമായ വായനാനുഭവം സമ്മാനിക്കുന്നു.

'പട്ടണപ്പീപ്പി' എന്ന ബാലസാഹിത്യഗ്രന്ഥത്തിനുശേഷം ഗ്രേസി ആന്റണി രചിക്കുന്ന രണ്ടാമത്തെ ഗ്രന്ഥമാണിത്. കുട്ടികളുടെ ഹൃദയത്തിലേക്ക് നേരിട്ടു കടന്നുചെല്ലാൻതക്കവിധം ആകർഷകവും ലളിതവുമായ രചനാഭംഗി ഈ നോവലിനെ അവിസ്മരണീയമാക്കുന്നു. ബാലസാഹിത്യരംഗത്ത് തന്റേതായ ഇടം കണ്ടെത്തുന്നതിന് എഴുത്തുകാരിക്ക് കഴിയുന്നുണ്ട്. അഭിനന്ദനീയം...

സുദർശന,

9 ജനുവരി 2024 **നാലാഞ്ചിറ, തിരുവനന്തപുരം**

ഉള്ളടക്കം

എന്റെ തീവണ്ടിമാമനെ കണ്ടോ?

റെയിലോരത്താണ് ജോക്കുവിന്റെ വീട്. പലതരം തീവണ്ടികൾ അങ്ങോട്ടുമിങ്ങോട്ടും സഞ്ചരിക്കുന്നത് അവന് ഓർമ്മ വച്ചപ്പോൾ മുതലുള്ള കാഴ്ചയാണ്. എന്നാലും തീവണ്ടിയുടെ ശബ്ദമോ, അതു പോകുമ്പോൾ വീടിനുണ്ടാകുന്ന കുലുക്കമോ, ഒരിക്കലും ജോക്കുവിനെ അലോസരപ്പെടുത്താറില്ല. ഇപ്പോൾ ജോക്കുവിന് 8 വയസ്സായിരിക്കുന്നു. അങ്ങോട്ടുമിങ്ങോട്ടും പോകുന്ന പാസഞ്ചർ, ഗുഡ്സ്, ടാങ്കർ ട്രെയിനുകളെല്ലാം വീട്ടിലിരുന്നുതന്നെ കണ്ടുകണ്ട് എല്ലാറ്റിന്റെയും സമയവും ശബ്ദവും ജോക്കു കൃത്യമായി തിരിച്ചറിഞ്ഞിരിക്കുന്നു. തീവണ്ടിയുടെ ശബ്ദവും, കുലുക്കവുമില്ലാത്ത, ക്ലാസ്റൂമിനോട് അവന് വല്ലാത്ത നീരസമാണ്.

അതിവേഗത്തിൽ സഞ്ചരിക്കുന്ന തീവണ്ടിയിൽനിന്ന് അപരിചിതരായ ആളുകളുടെ കൈവീശലുകളും അവരുടെ ചിരിയും ജോക്കുവിനെ വളരെയധികം സന്തോഷിപ്പിച്ചിരുന്നു. അക്കൂട്ടത്തിൽ എന്നും രാവിലെയും വൈകുന്നേരവും കടന്നുപോകുന്ന ഒരു ലോക്കൽ പാസഞ്ചർ ട്രെയിനിലെ ഉദ്യോഗസ്ഥനും ഉണ്ടായിരുന്നു. അദ്ദേഹത്തെക്കുറിച്ച് അവൻ അമ്മയോടും അമ്മമ്മയോടും പിന്നെ അവനെ കേൾക്കാൻ ഇഷ്ടപ്പെടുന്നവരോടെല്ലാം പറയുമായിരുന്നു.

തീവണ്ടിമാമൻ വരുന്ന തീവണ്ടിയുടെ സമയമായാൽ ജോക്കു മുറ്റത്തിറങ്ങി നിൽക്കും. അവസാനബോഗിക്കു പുറകിൽ നിൽക്കുന്ന തീവണ്ടിമാമനെ കാണുമ്പോൾ കമ്പിൽ കോർത്ത പച്ച ബനിയൻ സന്തോഷസൂചകമായി ഉയർത്തിക്കാണിക്കും. തീവണ്ടിമാമനാകട്ടെ, കൈ വീശി ഹൃദയം നിറഞ്ഞ ചിരി

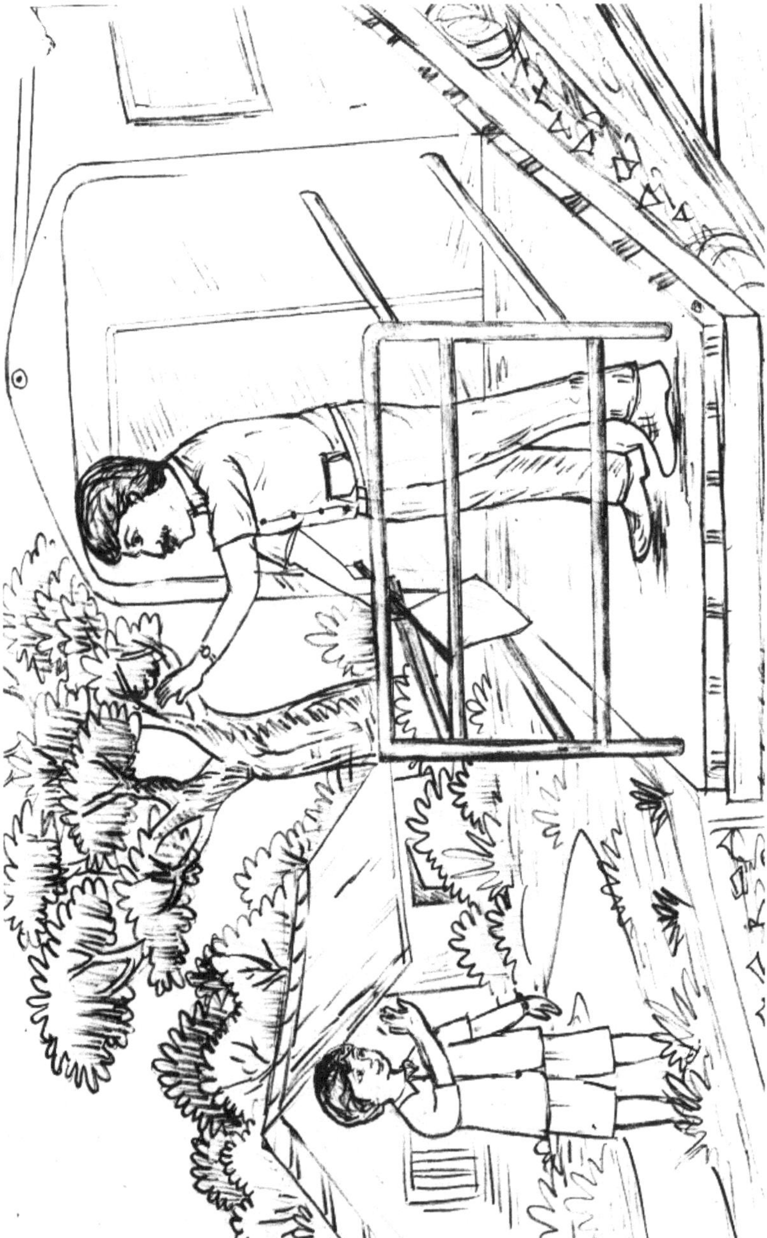

സമ്മാനിക്കും. അങ്ങനെ പരസ്പരം സംസാരിച്ചില്ലെങ്കിലും പുഞ്ചിരികൊണ്ടും സ്നേഹപ്രകടനങ്ങൾകൊണ്ടും അവർ ഉറ്റ ചങ്ങാതിമാരായി.

സ്കൂൾ തുറന്നു. ജോക്കുവിന് സ്കൂളിൽ പോകാൻ തീരെ ഇഷ്ടമില്ല. ക്ലാസ് മുറികളിലെ തമാശകളും കൂട്ടുകാരൊത്തുള്ള കളികളും ഒന്നുംതന്നെ അവനെ സന്തോഷിപ്പിച്ചില്ല. അവന്റെ മനസ്സിൽ തീവണ്ടികളും, തീവണ്ടിമാമനും നിറഞ്ഞുനിന്നു.

‘‘തന്നെക്കാണാതെ മാമൻ വിഷമിക്കുന്നുണ്ടാകും.’’ അവനോർത്തു. ശനിയാഴ്ചയാവാൻ അവൻ കാത്തിരുന്നു. ശനിയാഴ്ചയെത്തി. കുറെ ദിവസംകൂടി കണ്ടതുകൊണ്ടാവാം വലിയ ആവേശത്തോടെ തീവണ്ടിമാമനും കൈവീശി. കണ്ണിൽനിന്നും മറയുന്നതുവരെ അവനും ആഹ്ലാദത്തോടെ കൈവീശിക്കൊണ്ടിരുന്നു. ഒറ്റയ്ക്കാണെങ്കിലും തീവണ്ടിയുടെ ശബ്ദത്തെയും കാഴ്ചകളെയും അവൻ അധികമധികം സ്നേഹിച്ചു.

പിറ്റേദിവസം ഞായറാഴ്ച തീവണ്ടിമാമന്റെ വണ്ടിവരുന്ന തിനു മുൻപ് അവൻ നല്ലൊരു പച്ചക്കൊടിയുണ്ടാക്കി. തീവണ്ടി മാമനെപ്പോലെ തനിക്കുള്ളതിൽ വെച്ച് ഏറ്റവും വെളുത്ത നിറമുള്ള ട്രൗസറും ബനിയനും ധരിച്ച് തയ്യാറായി നിന്നു. തീവണ്ടി ദൂരെ നിന്നു വരുമ്പോഴേ പച്ചക്കൊടി സന്തോഷ ത്തോടെ വീശിക്കൊണ്ടിരുന്നു. എന്നാൽ, തീവണ്ടി മുഴുവൻ പോയിത്തീർന്നിട്ടും മാമനെ മാത്രം കണ്ടില്ല. ജോക്കുവിന് സങ്കടമായി. എങ്കിലും അവൻ ആരോടും ഒന്നും പറഞ്ഞില്ല. പിന്നെ കടന്നുപോയ തീവണ്ടികളെല്ലാം അവൻ നിസ്സംഗത യോടെ നോക്കിനിന്നു.

ഇന്ന് തിങ്കളാഴ്ചയാണ്. “സ്കൂളിൽ പോകാൻ തയ്യാറാകണേ” അമ്മ ജോക്കുവിനെ ഓർമിപ്പിച്ചു. ഇന്നെങ്കിലും തീവണ്ടിമാമനെ

കാണണം. അവൻ മനസ്സിൽ ഉറപ്പിച്ചു. സ്കൂളിൽ പോകാതിരിക്കാനുള്ള വഴികളെക്കുറിച്ച് അവൻ ആലോചിച്ചു. സങ്കടം കൊണ്ട് കണ്ണുനിറഞ്ഞു. കണ്ണീരു കളയാൻ കണ്ണ് അമർത്തി തുടച്ചു. കണ്ണുകൾ ചുവന്നു. മുഖം വീർത്തു. അവനെ കണ്ടു അമ്മ പേടിച്ചു.

"ഇന്ന് അമ്മയുടെ മോൻ സ്കൂളിൽ പോകണ്ട. അമ്മമ്മയുടെ ഒപ്പം ഇരുന്നോളൂ." അമ്മ പറയുന്നത് കേട്ട് അവന് ആശ്വാസമായി. പതിനൊന്ന് മണിയുടെ പാസഞ്ചർ വരുന്നതിനായി അവൻ കാത്തിരുന്നു. ദൂരെ നിന്ന് തീവണ്ടി വരുന്നത് കണ്ടപ്പോൾതന്നെ താനുണ്ടാക്കിയ പച്ചക്കൊടിയും എടുത്ത് അവൻ മുറ്റത്തേക്കിറങ്ങി നിന്നു. ഓരോ ബോഗിയും കടന്നുപോകുന്തോറും അവന്റെ ആകാംക്ഷ കൂടിക്കൂടി വന്നു. അവസാന ബോഗിയും കഴിഞ്ഞു. ജോക്കുവിന്റെ തീവണ്ടിമാമനെ ഇന്നും കാണുന്നില്ല.

ജോക്കുവിന് സങ്കടം സഹിക്കാനാവുന്നില്ല. ചൊവ്വയും, ബുധനും, വ്യാഴവും, വെള്ളിയുമെല്ലാം പല കാരണങ്ങളൊപ്പിച്ച് സ്കൂളിൽ പോകാതെ മാമനെക്കാണാൻ കാത്തുനിന്നു. പാസഞ്ചർ ഉൾപ്പെടെ തീവണ്ടികളെല്ലാം സമയത്തിന് പൊയ്ക്കൊണ്ടിരുന്നു. തീവണ്ടിമാമനെ മാത്രം കാണാനില്ല.

തീവണ്ടിമാമന്റെ ചിത്രം

ജോക്കുവിനെ ക്ലാസിലേക്ക് കാണാത്തതിനാൽ അവന്റെ ക്ലാസ് ടീച്ചറായ സുജാതടീച്ചർ അവനെ അന്വേഷിച്ച് വീട്ടിലെത്തി. സങ്കടം നിറഞ്ഞ അവന്റെ മുഖം കണ്ട് ടീച്ചർ ജോക്കുവിനെ ചേർത്തുപിടിച്ചു. കുശലാന്വേഷണങ്ങൾ ആരംഭിച്ചു. ഒന്നിനും അവൻ ഉത്തരം പറഞ്ഞില്ല. ജോക്കു പൊട്ടിക്കരഞ്ഞു. 'എന്റെ തീവണ്ടിമാമൻ' എന്നു പറഞ്ഞ് അവൻ ഏങ്ങലടിച്ചു. കൂടുതൽ പറയുന്നതിനു മുമ്പേ ടീച്ചർക്ക് കാര്യം പിടികിട്ടി. തീവണ്ടിമാമനുമായുള്ള കൂട്ടുകൂടൽ മുമ്പെപ്പോഴോ പറഞ്ഞത് ടീച്ചർ ഓർത്തു. കുഞ്ഞു ജോക്കു ഇത്രയധികം വിഷമിക്കുന്നതിന് പരിഹാരം കാണാൻതന്നെ ടീച്ചർ തീരുമാനിച്ചു.

അവർ ഒരു വെള്ളക്കടലാസെടുത്തു. ജോക്കുവിന്റെ തീവണ്ടിമാമന്റെ രൂപം പറഞ്ഞവതരിപ്പിക്കാൻ നിർദ്ദേശിച്ചു. അവന്റെ വിവരണത്തിൽനിന്ന് ടീച്ചർ പല ആളുകളുടെയും ചിത്രങ്ങൾ വരച്ചു. അവന്റെ തീവണ്ടിമാമനുമായി ഒരു ചിത്രത്തിനും സാമ്യമുണ്ടായില്ല. "ജോക്കുതന്നെ മാമനെ വരച്ച് ടീച്ചറെ ഏല്പിക്കുമോ. അങ്ങനെയെങ്കിൽ തീവണ്ടിയാപ്പീസിൽ പോയി മാമനെ ഞാൻ തന്നെ കണ്ടെത്തിത്തരാം" സുജാതടീച്ചർ യാത്ര പറഞ്ഞിറങ്ങി.

ജോക്കുവിന്റെ മനസ്സ് തണുത്തു. ടീച്ചർ പോയിക്കഴിഞ്ഞ് അവൻ വീണ്ടും വീണ്ടും തീവണ്ടിമാമനെ വരച്ചു. വരച്ചതെല്ലാം പല കാരണങ്ങളാൽ ജോക്കുവിന് ഇഷ്ടപ്പെട്ടില്ല. അങ്ങനെ ശനിയാഴ്ചയും ഞായറാഴ്ചയും കടന്നുപോയി. തീവണ്ടിമാമനെ കാണാൻ കാത്തുനിന്നെങ്കിലും മാമനെ മാത്രം കണ്ടില്ല. ഒത്ത രീതിയിൽ ചിത്രവും വരയ്ക്കാനായില്ല.

മാമൻ എവിടെപ്പോയിരിക്കും? ഇത്രയും ദിവസം മാമൻ ലീവെടുക്കുകയില്ല. മാമന് വേറെ ജോലി കിട്ടിയിട്ടുണ്ടാവുമോ? അതോ മാമൻ ജോക്കുവിനെ മറന്നുപോയിട്ടുണ്ടാവുമോ? ഇനി വേറെ തീവണ്ടിയിലേക്ക് മാറിയോ? പലപല ചിന്തകളാൽ അങ്ങനെ സങ്കടപ്പെട്ട് അവൻ ഉറങ്ങി.

ഉറക്കത്തിൽ അവൻ മാമനെ സ്വപ്നം കണ്ടു. മാമനോടൊത്ത് കളിചിരിയുമായി തീവണ്ടിയിൽ യാത്ര ചെയ്യുന്നു. സന്തോഷം കൊണ്ട് തുള്ളിച്ചാടുന്നതിനിടയിൽ അവൻ കണ്ണുതുറന്നു. വീട്ടിലെ ജനലരികിലാണ് താനെന്ന് അവൻ അറിഞ്ഞു. സങ്കടം വന്നെങ്കിലും അവനൊരു കടലാസെടുത്ത് തീവണ്ടിമാമനെ വരച്ചു. വരച്ച ചിത്രം വീണ്ടും വീണ്ടും നോക്കി.

"അതെ, മാമനെ ഞാൻ കൃത്യമായി വരച്ചിരിക്കുന്നു." ആരോടെന്നില്ലാതെ അവൻ ഉറക്കെപ്പറഞ്ഞു. തീവണ്ടിമാമന്റെ ചിത്രം നെഞ്ചോട് ചേർത്ത് നേരം വെളുക്കാനായി അവൻ കാത്തിരുന്നു.

തിങ്കളാഴ്ച വളരെ നേരത്തെ സ്കൂളിലേക്ക് പുറപ്പെട്ടു. പോകുംവഴിയാണ് സുജാതടീച്ചറുടെ വീട്. സ്കൂളിലേക്ക് പോകുന്നതിനു മുൻപേ മാമന്റെ ചിത്രം കാണിക്കണം. അവൻ നടത്തത്തിനു വേഗത കൂട്ടി. ടീച്ചറിന്റെ വീടിന്റെ മുറ്റത്ത് അവിടുത്തെ അമ്മമ്മ നിൽക്കുന്നത് അവൻ കണ്ടു.

"അമ്മമ്മേ എന്റെ ടീച്ചറുണ്ടോ?"

"ടീച്ചർ നേരത്തെ പോയല്ലോ മോനേ?" മോന്റെ പേരെന്താണ്?

"ജോക്കു."

അവൻ സ്കൂളിലേക്ക് വേഗത്തിൽ നടന്നു. സ്കൂൾമുറ്റത്തെ അരയാൽ ചുവട്ടിൽ ഒരു റോസാപ്പൂ പോലെ ടീച്ചർ ഇരിക്കുന്നു.

നല്ല റോസ് നിറമുള്ള സാരിയും ബ്ലൗസും. എന്തൊരു സുന്ദരിയാണ് ടീച്ചർ. അവൻ ദൂരെ മാറിനിന്നു. ചുറ്റുമുള്ള കുട്ടികളെ എല്ലാവരെയും ക്ലാസിലേക്ക് പറഞ്ഞുവിട്ടശേഷം ടീച്ചർ ജോക്കുവിന്റെ അടുത്തെത്തി.

"ജോക്കു ചിത്രം വരച്ചുവോ?"

അവൻ ചിത്രമെടുത്ത് ടീച്ചർക്ക് നീട്ടി.

"ഇതുപോലെ തന്നെയാണ് എന്റെ തീവണ്ടിമാമൻ." അവൻ അഭിമാനത്തോടെ പറഞ്ഞു. "ആഹാ, ചിത്രം വളരെ നന്നായിരിക്കുന്നു. ഇന്നു വൈകുന്നേരംതന്നെ പട്ടണത്തിലെ തീവണ്ടിയാപ്പീസിൽ പോയി അന്വേഷിക്കാം."

"ടീച്ചർ, ജോക്കുവും കൂടെ വന്നോട്ടെ?"

കുട്ടിയുടെ അങ്കലാപ്പും സങ്കടവും കണ്ട് ടീച്ചർ മറ്റൊന്നും ആലോചിക്കാതെ പറഞ്ഞു. "അതെ. നമുക്കൊരുമിച്ചു പോകാം. അടുത്ത ശനിയാഴ്ച ആകട്ടെ."

ജോക്കുവിന് സമാധാനമായി. വേഗം ശനിയാഴ്ചയാകുവാൻ അവൻ ആഗ്രഹിച്ചു. അതിനിടയിൽ വീടിനു മുന്നിലൂടെ പോകുന്ന എല്ലാ തീവണ്ടികളിലും അവൻ പ്രതീക്ഷയോടെ മാമനെ തിരഞ്ഞു.

"ജോക്കുവിന്റെ വിഷമം തീവണ്ടിമാമൻ അറിയുന്നുണ്ടോ എന്തോ... ആവോ?"

അമ്മമ്മ നെടുവീർപ്പിട്ടുകൊണ്ടു പറഞ്ഞു.

"അയാളെ നോക്കിനിന്നിനി കണ്ണുകഴയ്ക്കേണ്ട...അപ്പുറത്തെ കുട്ട്യോളുടെ കൂടെ പോയി കളിക്കെന്റെ കുട്ട്യേ"–

ജോക്കു അത് കേട്ടതായി ഭാവിക്കാതെ അതേ ഇരിപ്പ് തുടർന്നു.

തീവണ്ടിയാപ്പീസിലെ അദ്ഭുതം

സുജാതടീച്ചർ ജോക്കു വരച്ച ചിത്രവുമെടുത്ത് പിറ്റേന്നു തന്നെ തീവണ്ടിയാപ്പീസിലേക്കു പുറപ്പെട്ടു. സ്റ്റേഷൻ മാസ്റ്ററെ കണ്ടുപിടിച്ചു. ചിത്രം കൈമാറി. ഒറ്റ നോട്ടത്തിൽതന്നെ മാസ്റ്റർ ആളെ തിരിച്ചറിഞ്ഞു.

"എൻജിൻ ഡ്രൈവർ വിശാൽ" സ്റ്റേഷൻ മാസ്റ്റർ പറഞ്ഞു.

"അതേ. പാസഞ്ചർ ട്രെയിനിന്റെ എൻജിൻ ഡ്രൈവറായി ഇപ്പോൾ പോകുന്നുണ്ട്."

ടീച്ചർ സംഭവങ്ങൾ വിശദീകരിച്ചു.

"ട്രെയിൻ പ്ലാറ്റ്ഫോമിൽ തയ്യാറായി നിൽക്കുന്നു. അഞ്ച് മിനിറ്റ് കൂടിയുണ്ട്. ടീച്ചർ വരൂ. ഞാൻ വിശാലിനെ പരിചയപ്പെടുത്താം." അവർ മുന്നോട്ടു നടന്നു. എൻജിൻ ബോഗി എത്തും മുൻപേ ട്രെയിൻ ചൂളംവിളിച്ചു...പതുക്കെ അനങ്ങി.

"ടീച്ചർ ഇനി ഇന്ന് വിശാലിനെ കാണാനാവില്ല. പച്ചക്കൊടി വീശിക്കഴിഞ്ഞു. ടീച്ചർ മറ്റൊരു ദിവസം കുട്ടിയെയും കൂട്ടി വരുന്നതാണ് ഉചിതം."

"അങ്ങനെയാവട്ടെ. അടുത്ത ശനിയാഴ്ച ഞങ്ങൾ എത്തി ച്ചേരാം."

"ഞാൻ വിശാലിനോട് വിവരം പറയാം."

വിടർന്ന ചിരിയോടെ സുജാതടീച്ചർ യാത്രപറഞ്ഞിറങ്ങി.

ശനിയാഴ്ചയായിരിക്കുന്നു. മാമനെപ്പോലെ വെള്ള നിറത്തിലുള്ള വസ്ത്രംതന്നെ ജോക്കു ധരിച്ചിരിക്കുന്നു. സുജാതടീച്ചറും അമ്മയും സംസാരത്തിലാണ്. ടീച്ചറിനോടൊപ്പം പട്ടണത്തിലേക്ക് പുറപ്പെടുന്ന ജോക്കുവിന്റെ ചിരി, വീട്ടിലെ എല്ലാവരേയും സന്തോഷിപ്പിച്ചു. കവലയിൽനിന്ന് ബസ്സ് കയറിയപ്പോഴും ജോക്കുവിന്റെ മനസ്സ് നിറയെ തീവണ്ടിമാമനെ കാണുമോയെന്ന ആശങ്കയായിരുന്നു.

"ഇന്ന് മാമനെ കണ്ടുപിടിച്ചിട്ടേ മടങ്ങാവൂ" എന്ന് ടീച്ചറോട് പറയാൻ ആഗ്രഹിച്ചു. എങ്കിലും പറഞ്ഞില്ല. ബസ്സിറങ്ങി നടക്കുമ്പോൾ പട്ടണക്കാഴ്ചകൾ എങ്ങനെയുണ്ടെന്ന് ടീച്ചർ ചോദിച്ചു. ജോക്കു മറുപടിയൊന്നും പറഞ്ഞില്ല.

"ടീച്ചറെ, ഇന്ന് നമുക്ക് തീവണ്ടിമാമനെ കണ്ടെത്താനാവുമോ?"

"ജോക്കുവിന് എന്താണോ ആഗ്രഹം അത് നടക്കും." ടീച്ചർ ചിരിച്ചു.

ടീച്ചർ തന്നെ ആശ്വസിപ്പിക്കാൻ പറയുകയാണെന്ന് തോന്നിയെങ്കിലും അവനും ചിരിച്ചു. അവർ തീവണ്ടിയാപ്പീസിൽ എത്തിയിരിക്കുന്നു. മുന്നിലെ വലിയ ക്ലോക്കിൽ സമയം ഒമ്പതു മണി.

പെട്ടെന്ന് പുറകിൽനിന്നൊരു വിളി.

"ഹായ് റ്റാറ്റാ ബോയ്."

തിരിഞ്ഞുനോക്കിയതും ജോക്കുവിന് തന്റെ കണ്ണുകളെ വിശ്വസിക്കാൻ കഴിഞ്ഞില്ല. സന്തോഷംകൊണ്ട് എന്തു ചെയ്യണമെന്നറിയാതെ അവൻ അമ്പരന്നു നിന്നു.

“തീവണ്ടി മാമൻ...എന്റെ തീവണ്ടിമാമൻ.” അവൻ ഉച്ചത്തിൽ ടീച്ചറോട് പറഞ്ഞെങ്കിലും ശബ്ദം പുറത്തേക്ക് വന്നില്ല. തീവണ്ടി മാമൻ ഓടിവന്ന് അവനെ പൊക്കിയെടുത്ത് ഉമ്മവെച്ചു. അവരുടെ സ്വതന്ത്ര സംസാരത്തിന് അവസരം കൊടുത്തുകൊണ്ട് സുജാത ടീച്ചർ അല്പം ദൂരെയായി മാറിനിന്നു. തീവണ്ടിമാമൻ ജോക്കുവിനെ പ്ലാറ്റ്ഫോമിന്റെ ബെഞ്ചിലിരുത്തി.

“ജോക്കുവിന്റെ പച്ചക്കൊടിയും വെളുത്ത വേഷവും ഞാൻ കണ്ടിരുന്നു.”

“ശരിക്കും.” ജോക്കു അതിശയിച്ചു.

“ഇപ്പോൾ തീവണ്ടിയുടെ പുറകിലല്ല എന്റെ ജോലി. ഏറ്റവും മുന്നിൽ എൻജിൻ ഡ്രൈവറായാണ്.” അതിശയംകൊണ്ട് ജോക്കുവിന്റെ കണ്ണ് തള്ളി.

“പാളം തെറ്റാതെ പുറകിലുള്ള ഓരോ യാത്രക്കാരേയും സുരക്ഷിതമായി ലക്ഷ്യസ്ഥാനത്ത് എത്തിക്കുന്ന ജോലിയായതിനാലാണ് ജോക്കുവിനുള്ള റ്റാറ്റ തരാനാവാത്തത്.”

പിന്നീട് ഒരു പെട്ടി സമ്മാനിച്ചുകൊണ്ട് വിശാൽ പറഞ്ഞു:

“ജോക്കു ഈ പെട്ടി നിറയെ പച്ച ബലൂണുകളാണ്. എല്ലാ ദിവസവും ഓരോന്നായി ഊതി വീർപ്പിച്ച് വീടിനു മുന്നിൽ കെട്ടിയിടുക. മാമൻ ജോക്കുവിന്റെ വീടെത്തുമ്പോൾ അവ എനിക്ക് റ്റാറ്റാ പറയും. അതു നിറയെ കാറ്റല്ല ജോക്കുവിന്റെ സ്നേഹമാണ്. ആ സ്നേഹം തീവണ്ടിയിലെ എഞ്ചിൻ റൂമിലേക്ക് ഒഴുകിയെത്തും.”

അവന്റെ കണ്ണുകൾ സന്തോഷംകൊണ്ട് നിറഞ്ഞു.

“ബലൂൺ തീർന്നു കഴിയുമ്പോൾ പുതിയ ബലൂണുകളുമായി മാമൻ ജോക്കുവിന്റെ വീട്ടിലെത്തും.”

വിശാൽ അടുത്ത പെട്ടി എടുത്തുകൊണ്ടു പറഞ്ഞു:

“ഇതു ജോക്കുവിന്റെ പാകത്തിലുള്ള എൻജിൻ ഡ്രൈവറുടെ വേഷമാണ്. ജോക്കുവിന് ഇഷ്ടമുണ്ടെങ്കിൽ ഇടയ്ക്കൊക്കെ ഇടണം.”

ജോക്കുവിന് അവന്റെ സന്തോഷം പറഞ്ഞറിയിക്കാനാവുന്നില്ല. വിടർന്ന ചിരിയോടെ സുജാതടീച്ചർ തൊട്ടടുത്തുതന്നെ ഇരുന്നു.

അവർ പതുക്കെ സ്റ്റേഷൻ മാസ്റ്ററുടെ മുറിയിലേക്ക് നടന്നു. പല തീവണ്ടികൾ പ്ലാറ്റ്ഫോമിലൂടെ കടന്നുപൊയ്ക്കൊണ്ടിരുന്നു. ചൂളംവിളികൾക്കൊപ്പം ഇംഗ്ലീഷിലും മലയാളത്തിലും ഹിന്ദിയിലുമുള്ള അറിയിപ്പുകൾ കേട്ടുകൊണ്ടിരുന്നു.

“സർ ഇതാണ് ജോക്കു. എന്റെ കൂട്ടുകാരൻ.” വിശാൽ സ്റ്റേഷൻ മാസ്റ്ററോട് പറഞ്ഞു.

സ്റ്റേഷൻ മാസ്റ്ററുടെ മുറിയിലെ ക്ലോക്കിൽ സമയം പത്തടിച്ചു. സ്റ്റേഷൻ മാസ്റ്റർ കുറച്ച് മിഠായി പാക്കറ്റുകളുമായി അവർക്കടുത്തെത്തി.

“ഇത് പട്ടണത്തിലെ തീവണ്ടിയാപ്പീസിൽനിന്ന് ജോക്കുവിന്റെ സ്കൂളിലെ കൂട്ടുകാർക്ക് കൊടുക്കാനുള്ളതാണ്.” തീവണ്ടിയാപ്പീസുമായി ബന്ധപ്പെട്ട വിവരങ്ങൾ നൽകുന്നതിനൊപ്പം എല്ലാവർക്കും എന്റെ ചോക്ലേറ്റും സ്നേഹാന്വേഷണവും നൽകുക.”

“പാസഞ്ചർ പ്ലാറ്റ്ഫോമിലേക്ക് എടുക്കാൻ സമയമായിരിക്കുന്നു. ഞാൻ പുറപ്പെടട്ടെ?” വിശാൽ പറഞ്ഞു.

വിശാൽ കുനിഞ്ഞിരുന്ന് ജോക്കുവിന്റെ നെറ്റിയിൽ ഉമ്മവെച്ചു.

“വലുതായാൽ ജോക്കുവും എൻജിൻ ഡ്രൈവറാകണം. നമുക്കൊരുമിച്ച് പാസഞ്ചറും എക്സ്പ്രസും ടാങ്കറുമെല്ലാം ഓടിക്കണം.” വിശാൽ ജോക്കുവിന്റെ ചെവിയിൽ മന്ത്രിച്ചു. കൈവീശിക്കൊണ്ട് അവന്റെ തീവണ്ടിമാമൻ നടന്നുനീങ്ങി.

ജോക്കു മിഠായി പായ്ക്കറ്റുകളെല്ലാം ടീച്ചറെ ഏല്പിച്ചു. കൗതുകത്തോടെ ചുറ്റുമുള്ള കാഴ്ചകൾ ആസ്വദിച്ചു. എൻജിൻ ഡ്രൈവറുടെ സ്വപ്നം നെഞ്ചേറ്റി ചൂളംവിളികളുടെ അകമ്പടിയോടെ സുജാതടീച്ചറും ജോക്കുവും നടന്നു...ഗ്രാമത്തിലേക്ക്.

ഒരിക്കലും മായ്ക്കാനാവാത്ത ഹൃദയതാളങ്ങൾ അവരെ തഴുകി.

തീവണ്ടിയാപ്പീസിലെ വിശേഷങ്ങൾ അമ്മയോടും അച്ഛനോടും സ്കൂളിലെ കൂട്ടുകാരോടും പങ്കുവക്കുന്നതിന് അവനു മടുപ്പ് തോന്നിയതേയില്ല....ഒഴിവുസമയങ്ങളിൽ വീടിന്റെ മുമ്പിലൂടെ ഓടുന്ന തീവണ്ടി മാത്രമല്ല തീവണ്ടിയാപ്പീസും അവിടത്തെ കോലാഹലങ്ങളും അവൻ ഇടയ്ക്കിടെ കിനാവു കണ്ടു.

ജോക്കുവിന്റെ തീവണ്ടിയാത്ര

വേനലവധി ആരംഭിച്ചു. ജോക്കു സദാസമയവും തീവണ്ടി കാഴ്ചകളിലും ചിന്തകളിലുമാണ്. 'ജോക്കു, നാളെ മുത്തശ്ശി ഇവിടെ കൂടാനായി വരുന്നുണ്ട്.'

'ഉവ്വോ'

അങ്ങനെ നിന്റെ തീവണ്ടി പ്രാന്തിന് കൂട്ട് കിട്ടി. അമ്മ അവനെ നോക്കി ചിരിച്ചുകൊണ്ട് പറഞ്ഞു. ജോക്കുവിനും ആ വാർത്ത സന്തോഷം നൽകി.

മുത്തശ്ശിക്ക് തീവണ്ടിയും തീവണ്ടിയാത്രകളും വളരെ ഇഷ്ടമാണ് ഇടയ്ക്കൊക്കെ തീവണ്ടിയുമായി ബന്ധപ്പെട്ട കുട്ടിക്കാല കഥകൾ പറയുകയും ചെയ്യും.

'എപ്പോഴാണ് മുത്തശ്ശി വരുമെന്ന് പറഞ്ഞത്?' അവൻ ആകാംക്ഷയോടെ ചോദിച്ചു. 'നമുക്ക് പോയി ഇന്നുതന്നെ മുത്തശ്ശിയെ കൊണ്ടുവരാം.' 'അമ്മേ, മുത്തശ്ശിയെ കൂട്ടാൻ തീവണ്ടിയിൽ പോയാലോ?'

'ശരി' അമ്മ സമ്മതിച്ചു.

അവർ ഭക്ഷണം കഴിച്ച് റെയിൽവേസ്റ്റേഷൻ ലക്ഷ്യമാക്കി നീങ്ങി. സ്റ്റേഷനിലെത്തി. സ്റ്റേഷൻ പരിസരത്ത് ഓട്ടോറിക്ഷകൾ, കാറുകൾ, സ്കൂട്ടറുകൾ എന്നിവ പല സ്ഥലങ്ങളിലായി പാർക്ക് ചെയ്തിരിക്കുന്നു. ചില വാഹനങ്ങൾ ആളുകളെ ഇറക്കിയും ചിലത് ആളുകളെ കയറ്റിയും വരികയും പോവുകയും ചെയ്യുന്നു.

ടിക്കറ്റ് കൗണ്ടറിന്റെ മുന്നിലെ വരിയിൽ ഏറ്റവും പുറകിലായി അമ്മ നിന്നു. ജോക്കു പ്ലാറ്റ്ഫോമിലേക്ക് നോക്കിനിന്നു. എത്രയെത്ര പേരാണ് സാമാനങ്ങളുമായി അങ്ങോട്ടുമിങ്ങോട്ടും പോയിക്കൊണ്ടിരിക്കുന്നത്. എല്ലാവരുടെയും മുഖത്ത് യാത്രയുടെ തിടുക്കങ്ങൾ അവൻ കണ്ടു.

'നമ്മുടെ തീവണ്ടിക്ക് ഒരു മണിക്കൂർ സമയം കാത്തിരിക്കണം.' ബസിനാണെങ്കിൽ ഈ ഒരു മണിക്കൂറു കൊണ്ട് അവിടെയെത്തിയേനെ.

'നന്നായി' ജോക്കു മനസ്സിൽ പറഞ്ഞു.

'ഈ തീവണ്ടിയാപ്പീസ് മുഴുവൻ നമുക്ക് ചുറ്റി കറങ്ങിയാലോ?'

അമ്മ തടസ്സമൊന്നും പറഞ്ഞില്ല

അവർ പ്ലാറ്റ്ഫോമിലൂടെ നടന്നു.

'യാത്രാടിക്കറ്റോ പ്ലാറ്റ്ഫോം ടിക്കറ്റോ ഇല്ലാതെ പ്ലാറ്റ്ഫോമിൽ പ്രവേശിക്കുന്നത് കുറ്റകരമാണ്' ചുമരിലെ ബോർഡ് വായിക്കാനായി ജോക്കു സമയമെടുത്തു.

'ഏതായാലും നമുക്കീ പ്ലാറ്റ്ഫോമിന്റെ ഇങ്ങേയറ്റം മുതൽ അങ്ങേയറ്റം വരെ നടന്നു കാണാം. എല്ലാം കണ്ടതിനുശേഷം നീ നല്ല ചിത്രങ്ങളും കുറിപ്പും എഴുതണം' അവൻ ശരിയെന്ന് തല കുലുക്കി.

അമ്മ അവിടെയുള്ള ഒരു കടയിൽ നിന്ന് അവനിഷ്ടപ്പെട്ട കടലമിഠായി വാങ്ങി നൽകി. കടകൾ മാത്രമല്ല, സാമാന്യം വലിപ്പമുള്ള ഹോട്ടലുകൾ, സ്റ്റേഷൻ മാസ്റ്ററുടെ മുറി, അന്വേഷണ കൗണ്ടർ, ഭിന്നശേഷിക്കാർക്കുള്ള ശുചിമുറി, സ്ത്രീകൾക്കും പുരുഷൻമാർക്കും വെവ്വേറെയുള്ള വിശ്രമമുറികൾ, പാർസൽ കൗണ്ടർ, എഞ്ചിൻ കൺട്രോളിങ്ങ് റൂം എന്നിങ്ങനെ കൃത്യമായി

ബോർഡുകൾ സ്ഥാപിച്ച് ആർക്കും മനസ്സിലാകുന്ന വിധത്തിൽ ക്രമീകരിച്ചിരിക്കുന്നു.

ചരക്കുകൾ തീവണ്ടിയിൽ കയറ്റാനായി പരമാവധി സൗകര്യപ്പെടുത്തിവച്ചിരിക്കുന്നു. ചരക്കുനീക്കത്തിനായി ഒരു പ്രത്യേക വണ്ടിയും അവൻ കണ്ടു.

'ആ വണ്ടി നന്നായി ശ്രദ്ധിച്ചുവല്ലോ...അതിന് ട്രോളി എന്നാണു പറയുക. നോട്ടുബുക്കിൽ അതിന്റെ ചിത്രം വരച്ച് ചുവട്ടിൽ കുറിപ്പെഴുതി വയ്ക്കണം' അമ്മ പറഞ്ഞു.

'വലിയ ഭാരങ്ങൾ പോലും വളരെ വേഗത്തിൽ കൊണ്ടുവരാൻ ഈ ചെറിയ വണ്ടിക്ക് കഴിയുന്നുണ്ടല്ലോ' എന്നോർത്ത് കൊണ്ട് അവൻ ചരക്കു നീക്കം സാകൂതം നോക്കി. പ്ലാറ്റ്ഫോമിൽ പലയിടങ്ങളിലും യാത്രക്കാർക്ക് ഇരിക്കുന്നതിനായി പല രീതിയിലുള്ള സൗകര്യങ്ങളുണ്ട് ആളുകൾ ഇരിക്കുകയും കിടക്കുകയും ഭക്ഷണവസ്തുക്കൾ കഴിക്കുകയും ചെയ്തുകൊണ്ട് തീവണ്ടിക്ക് വേണ്ടി കാത്തിരിക്കുന്നു. വൃത്തിയുള്ള ഗ്രാനൈറ്റ് ബെഞ്ചിൽ അവരും ഇരുന്നു. വ്യത്യസ്ത പ്ലാറ്റ്ഫോമുകളിലായി വന്നുപോവുന്ന തീവണ്ടികളുടെ വിവരങ്ങൾ മൈക്കിലൂടെ ഇടയ്ക്കിടക്ക് കേൾക്കുന്നുണ്ട്.

'അമ്മേ നമുക്ക് വിശാൽ മാമനെ കാണാൻ പോയാലോ?' 'വിശാൽ മാമൻ ഡ്യൂട്ടിയിലല്ലെ. നമ്മൾ അദ്ദേഹത്തെ ബുദ്ധിമുട്ടിക്കുന്നത് ശരിയല്ല. വിശാൽ മാമനെ വിളിച്ചുനോക്കാം.' അമ്മയും മകനും വിശാൽ മാമന്റെ ഫോൺ നമ്പർ പരതിയെടുത്ത് വിളിച്ചെങ്കിലും സംസാരത്തിന് സാഹചര്യമുണ്ടായില്ല.

പെട്ടെന്ന് തീവണ്ടിയുടെ ചൂളംവിളി കേട്ടു ജോക്കു ആവേശത്തോടെ എഴുന്നേറ്റുനിന്നു. 'വീടിന് മുന്നിലൂടെ പോകുന്ന പാസഞ്ചർ തന്നെ' ഒറ്റ നോട്ടത്തിൽതന്നെ അവനത് മനസ്സിലായി.

'ഈ ട്രെയിനിലാണ് നമുക്ക് പോവേണ്ടത്' അമ്മ അവന്റെ കൈ ചേർത്തു പിടിച്ചു. തീവണ്ടി പതിയെപ്പതിയെ പ്ലാറ്റ്ഫോമിന് സമാന്തരമായി നിന്നു.

'ഈ തീവണ്ടിയുടെ തുടക്കം ഇവിടെ നിന്നാണ്.' ജോക്കുവിന്റെ കണ്ണുകൾ വിശാൽ മാമനെ തേടിക്കൊണ്ടിരുന്നു.

തീവണ്ടിയിൽ കയറുന്നതിന് ആളുകൾ തിരക്ക് കൂട്ടികൊണ്ടിരുന്നു. 'തിരക്ക് കൂട്ടേണ്ട. 15 മിനിട്ട് കഴിഞ്ഞേ വണ്ടി പുറപ്പെടൂ.' വിശാൽ മാമന്റെ ശബ്ദം... തിരക്കിനിടയിൽ എവിടെ നിന്നാണെന്ന് കണ്ടുപിടിക്കാൻ അവൻ ഏന്തി വലിഞ്ഞ് നോക്കി.... അവർ ഇരുന്ന ബഞ്ചിൽ ചാടി കയറി ചുറ്റുപാടും നോക്കി വിശാൽ മാമനെ കാണാനില്ല. അവൻ ഉറക്കെ വിളിച്ചു. 'വിശാൽ മാമാ...' വിളി കേട്ടെന്നവണ്ണം അൽപ്പം അകലെയായി വെള്ള യൂണിഫോമിട്ട ഒരാൾ തിരിഞ്ഞു നോക്കുന്നത് അവൻ കണ്ടു. 'എന്റെ വിശാൽ മാമൻ' ക്ഷണനേരം കൊണ്ട് അമ്മയുടെ കൈ വിട്ട് അവൻ ഓടി....

തീവണ്ടിയിൽ കയറുന്നവരുടെയും ചരക്ക് നീക്കം നടത്തുന്നവരുടെയും കലപിലയെല്ലാം കടന്ന് അവൻ ഓടി.

'ജോക്കു.... നിൽക്ക്.' അമ്മ അലറി വിളിച്ച് കൊണ്ട് അവന് പുറകെ ഓടി ചരക്ക് നീക്കിക്കൊണ്ടിരുന്ന ചുമട്ടുകാരനെ തട്ടി അമ്മ നെഞ്ചടിച്ച് വീണു. എന്നിട്ടും അവർ ചാടിയെണീറ്റ് ഓടാൻ തുടങ്ങി. വെപ്രാളപ്പെട്ട് അവർ തീവണ്ടിയുടെ മുൻ ബോഗിവരെ ഓടി. കണ്ടുനിന്ന പലരും അവർക്ക് ഭ്രാന്തായെന്ന് സംശയിച്ചു. ചിലരോടൊക്കെ "ഈ വഴി വെള്ള ഷർട്ടും പാന്റുമിട്ട കുട്ടി പോയിരുന്നോ" എന്ന് ചോദിച്ചു. ചോദിച്ചവരെല്ലാം ഇല്ലെന്ന് തലയാട്ടി.

"എന്റെ ജോക്കുവിനെ കണ്ടോ" എന്ന് നിലവിളിച്ചുകൊണ്ട് അവർ ലക്ഷ്യമില്ലാതെ പ്ലാറ്റ്ഫോമിലൂടെ അങ്ങോട്ടുമിങ്ങോട്ടും ഓടി.

'എന്തുപറ്റി?' ചുമട്ടുകാരിലൊരാൾ അവരെ തടഞ്ഞുകൊണ്ട് കാര്യമന്വേഷിച്ചു. ജോക്കു പോയ വഴി അമ്മ ചൂണ്ടിക്കാണിച്ചു. അയാൾ മുന്നോട്ട് അതിവേഗത്തിലോടി റെയിൽവേ ജീവനക്കാരനോട് സംസാരിച്ച് നിൽക്കുന്ന കുട്ടിയുടെ അടുത്തെത്തി

'കുട്ടീ നീയെന്തിനാണ് അമ്മയുടെ കൈവിട്ട് ഓടിക്കളഞ്ഞത്?' കുട്ടി കാര്യമറിയാതെ അമ്പരന്ന് നിന്നു.

വേവലാതി പൂണ്ട് എത്തിയ അമ്മ വാവിട്ട് കരഞ്ഞു.

'ഇതെന്റെ ജോക്കുവല്ല.'

അവർ തല കറങ്ങി വീണു. അവരെ സ്റ്റേഷനിലെ എമർജൻസി കെയറിലേക്ക് കൊണ്ടുപോയി

ഇതേസമയം അമ്മ നിന്നിരുന്നിടത്ത് തിരിച്ചെത്തിയ ജോക്കു അമ്മയെ കാണാതെ വിഷമിച്ചു.

ഒറ്റപ്പെട്ടു പോയ കുട്ടിയെ പലരും ശ്രദ്ധിച്ചു. പലരും അവനോട് പല ചോദ്യങ്ങൾ ചോദിച്ചു.

'എവിടെ നിന്നാണ് വരുന്നത്?'

'എങ്ങോട്ടാണ് പോകുന്നത്?'

ജോക്കു ആരോടും ഒരുത്തരവും പറഞ്ഞില്ല. മനസ്സ് നിറയെ അമ്മയെ ഓർത്തും ചെയ്തുപോയ വികൃതി ഓർത്തും വളരെ സങ്കടമുണ്ടായിട്ടും അവൻ ഗൗരവം ഭാവിച്ച് പെരുമാറി. ട്രെയിൻ പുറപ്പെടാനുള്ള അറിയിപ്പുകൾ കേട്ടുകൊണ്ടിരുന്നു. അമ്മയെ കാണുന്നുമില്ല. പെട്ടെന്ന് ആരോ അവന്റെ കൈ കടന്നു പിടിച്ചു. അവൻ കുതറി മാറി.

'ജോക്കൂ നീയെന്താണിവിടെ?'

വിശാൽ മാമൻ പുഞ്ചിരിയോടെ ചോദിച്ചു. ജോക്കുവിന് സങ്കടവും സന്തോഷവും അടക്കാനായില്ല. അവൻ പൊട്ടിക്കരഞ്ഞു.

വിവരങ്ങളറിഞ്ഞ വിശാൽ മാമൻ അവനെ സമാധാനിപ്പിച്ചു. പിന്നീട് ഫോൺ വിളിച്ച് കാര്യങ്ങൾ ക്രമപ്പെടുത്തി.

'അമ്മയെ എഞ്ചിൻ റൂമിനടുത്തുള്ള കമ്പാർട്ടുമെന്റിലെത്തിക്കാൻ പറഞ്ഞിട്ടുണ്ട്. നമുക്കും അങ്ങോട്ട് പോകാം.'

വിശാൽ മാമൻ ജോക്കുവിനെയും കൂട്ടി മുന്നോട്ട് നടന്നു. അമ്മ വാങ്ങിച്ച കടലമിഠായി എവിടെയോ വച്ച് നഷ്ടപ്പെട്ടിരിക്കുന്നു. വിശാൽ മാമൻ കടയിൽ നിന്ന് കടലമിഠായി വാങ്ങി നൽകി. കമ്പാർട്ടുമെന്റിലെത്തി അമ്മയെ ആശ്വസിപ്പിച്ചു. 'തീവണ്ടിപ്രാന്തൻ ജോക്കുവിനെകൊണ്ട് മടുത്തുവോ?'

വിശാൽ മാമന്റെ ചോദ്യം കേട്ട് തല പൊക്കി നോക്കിയ അമ്മ ജോക്കുവിനെ കണ്ടതും അവനെ കെട്ടിപിടിച്ചു ഏങ്ങിയേങ്ങി കരഞ്ഞു.

'പൊന്നുമോനേ.....'

ജോക്കുവിനും കരച്ചിൽ വന്നു.

അവൻ അമ്മയുടെ കണ്ണുനീർ തുടച്ചു.

ജോക്കുവിന്റെ തോളിൽ തട്ടിക്കൊണ്ട് വിശാൽ മാമൻ പറഞ്ഞു 'ഇത് തീവണ്ടിയാപ്പീസാണ്. അനേകം അപരിചിതർ വന്നുചേരുന്ന സ്ഥലം... എല്ലാവരും നല്ലവരായിരിക്കണമെന്നില്ല. മാറിമാറി വരുന്ന തീവണ്ടികളിലേതെങ്കിലുമൊന്നിൽ കുട്ടികളെ കടത്തിക്കൊണ്ടുപോകാൻ സാധ്യതയുണ്ട്. അതുകൊണ്ട് മുതിർന്നവരുടെ കൂടെ ശ്രദ്ധയോടെ സഞ്ചരിക്കേണ്ട ഇടമാണിത്. അമ്മയുടെ കൈവിട്ട് ജോക്കു ഓടാൻ പാടില്ലായി

രുന്നു. ഇത്തരം കാര്യങ്ങൾ ജോക്കുവും കൂട്ടുകാരും ഒരിക്കലും ആവർത്തിക്കരുത്.'

വിശാൽ മാമൻ ജോക്കുവിനെ ചേർത്ത് നിർത്തി ഉമ്മ നൽകി. ഒരു കാർഡ് നീട്ടി 'ഇതാണ് എന്റെ മേൽവിലാസം.'

'ഇനിയങ്ങോട്ട് ജോക്കുവിന്റെ കത്തുകൾക്കായി ഞാൻ കാത്തിരിക്കും. 'തീവണ്ടി പുറപ്പെടാറായി' എന്ന് പറഞ്ഞുകൊണ്ട് എഞ്ചിൻ റൂമിലേക്ക് നടന്നുനീങ്ങി. ട്രെയിൻ ചൂളം വിളിച്ചു. പതിയെപതിയെ പ്ലാറ്റ്ഫോം വിട്ട് അതിവേഗം സഞ്ചരിച്ചു.

ജോക്കുവും അമ്മയും അതേ തീവണ്ടിയുടെ എഞ്ചിൻ റൂമിനടുത്തുള്ള കംപാർട്ട്മെന്റിൽ കയറിയിരുന്നു.

വളഞ്ഞുപുളഞ്ഞു പാമ്പുപോലെ പുറകെ വരുന്ന ബോഗികളെയും ഓടിപ്പോകുന്ന മരങ്ങളെയും നോക്കി ജനലരികിൽ ജോക്കു തീവണ്ടിയാത്രക്കാരനായി...പാസഞ്ചറിലെ സ്ഥിരം യാത്രക്കാരിൽ പലരും അവനെ തിരിച്ചറിഞ്ഞു.

"ഹേയ് റ്റാറ്റാ ബോയ്..."

അവൻ ചിരിച്ചുകൊണ്ട് അവരോട് കൈവീശി.

ഒരു തഞ്ചാവൂർ യാത്ര

ജോക്കുവും മുത്തശ്ശിയും എപ്പോഴും തീവണ്ടി ചർച്ചയിലാണ്. കഥകൾ മാത്രം പറയുന്ന മുത്തശ്ശി.... ജോക്കുവിന് ഊണിലും ഉറക്കത്തിലും കൂട്ടുകാരിയായി മുത്തശ്ശി...

പതിവുപോലെ പാസഞ്ചർ പോകുന്നതും കാത്ത് വീടിന്റെ ഉമ്മറപ്പടിയിൽ ഇരിക്കുകയാണ് ജോക്കുവും മുത്തശ്ശിയും....

"മുത്തശ്ശീ ഇന്നത്തെ കഥ പറയൂ"

'ജോക്കുവിന് ഇഷ്ടപ്പെട്ട ഒരു കഥയുണ്ട്.. കഥയല്ല.... സംഭവം തന്നെ.'

'അതെന്താണാവോ - അത്ര വലിയ സംഭവം?'

'ടിക്കറ്റെടുക്കാതെ പോയ ഒരു തഞ്ചാവൂർ കഥ'

'ങേ' ജോക്കു അതിശയപ്പെട്ടു.

മുത്തശ്ശി ഒരു ദീർഘനിശ്വാസമെടുത്തു.

'എനിക്ക് ഒമ്പതോ പത്തോ വയസേ കാണൂ. നിന്റെ അതേ പ്രായം.' മുത്തശ്ശി ഓർമ്മകൾ പരതിയെടുത്തു.

അവധിക്കാലത്ത് കുടുംബത്തെ കൂട്ടി ഒരു മൂന്നു ദിവസമെങ്കിലും വിനോദയാത്ര പോകുന്ന പതിവ് അച്ഛനുണ്ടായിരുന്നു. പരീക്ഷക്കാലം കഴിയുംമുൻപെ പോകാനുള്ള സ്ഥലത്തേക്ക് ടിക്കറ്റെടുത്ത് റിസർവ് ചെയ്ത് സ്ലീപ്പർ കമ്പാർട്ട്മെന്റിലാണ് എപ്പോഴും ആ യാത്ര. നിന്റെ മുത്തശ്ശൻ യാത്രയ്ക്കുവേണ്ട

ഒരുക്കങ്ങളും യാത്രക്കിടയിൽ പാലിക്കേണ്ട കാര്യങ്ങളും ഒരാഴ്ച മുൻപെതന്നെ ഞങ്ങളെ ഒന്നിച്ചുചേർത്ത് സംസാരിക്കും. ആ ചർച്ചയിൽ യാത്ര പോകുന്ന സ്ഥലം, അവിടെ കാണാനുള്ള കാഴ്ചകൾ, നാം തയ്യാറാക്കി കൊണ്ടുപോകേണ്ട ഭക്ഷണങ്ങൾ, വസ്ത്രങ്ങളുടെ കണക്ക്, കരുതേണ്ട വെള്ളം ഇതേക്കുറിച്ചെല്ലാം ചർച്ച ചെയ്യും. ഓരോരുത്തരും ചെയ്തുവയ്ക്കേണ്ടുന്ന കാര്യങ്ങൾ എന്നിവയെല്ലാം അക്കൂട്ടത്തിൽപെടും.

യാത്ര പറയുന്നതിനു മുൻപ് വീട്ടിലെ എല്ലാവരും എല്ലാ കാര്യങ്ങളും സശ്രദ്ധം നിരീക്ഷിച്ച് ഉത്തരവാദിത്വത്തോടെ ഉയർന്ന് ചിന്തിക്കുകയും പെരുമാറുകയും വേണം. എന്തെങ്കിലും അത്തരത്തിലുള്ള പ്രശ്നങ്ങൾ യാത്രക്കിടയിൽ ഉണ്ടായാൽ സംഭവിച്ചതിനെ കുറ്റപ്പെടുത്താതെ പരിഹാരങ്ങൾ ചിന്തിക്കുകയും പ്രവർത്തിക്കുകയും വേണം. ഇതാണ് അച്ഛന്റെ രീതി.

അങ്ങനെ മൂന്ന് ദിവസത്തെ തഞ്ചാവൂർ യാത്രക്കായി ഞങ്ങൾ തീവണ്ടിയാപ്പീസിലെത്തി. തിക്കും തിരക്കും നിറഞ്ഞ അക്കാലത്തെ തീവണ്ടിയാപ്പീസുകൾ ഇന്നത്തെപോലെ ഒട്ടുംതന്നെ സൗകര്യങ്ങളും വൃത്തിയും ഉള്ളതായിരുന്നില്ല. ഇടക്കിടക്ക് ഹിന്ദിയിലും, മലയാളത്തിലും, ഇംഗ്ലീഷിലും വരുന്ന തീവണ്ടി അറിയിപ്പുകൾ കേട്ടും, പാളങ്ങളുടെ സൗന്ദര്യം ആസ്വദിച്ചും യാത്രക്കാരുടെ ചലനങ്ങൾ നിരീക്ഷിച്ചും ഞങ്ങളങ്ങനെ കാത്തിരിക്കും.

അങ്ങനെ കാത്തുകാത്ത് ഞങ്ങളുടെ തീവണ്ടി എത്തി. ചൂളം വിളിച്ചെത്തുന്ന വണ്ടിയുടെ നമ്പർ നോക്കി, ഉറപ്പു വരുത്തിയ ശേഷം മാത്രമേ കയറാൻ പാടുള്ളൂ. ഞങ്ങളുടെ ബുക്കിംഗ് അനുസരിച്ചുള്ള കമ്പാർട്ടുമെന്റിൽ കയറി ഗമയിൽ ഇരുന്ന് യാത്രയാരംഭിച്ചു.

കുറച്ചുദൂരം കഴിഞ്ഞപ്പോൾ അപ്പുറത്തെ കമ്പാർട്ടുമെന്റിൽ ടിക്കറ്റ് പരിശോധിക്കുന്ന ആൾ എത്തിയതുകണ്ടു. ബാഗ് തുറന്ന്

റിസർവ് ചെയ്ത ടിക്കറ്റുകൾ അച്ഛൻ എടുത്തു. ഓരോരുത്തരുടെയും പ്രത്യേകം, പ്രത്യേകം ടിക്കറ്റുകളായിരുന്നു. അഞ്ച് ടിക്കറ്റുകൾക്ക് പകരം നാല് ടിക്കറ്റുകൾ മാത്രമേ അതിലുള്ളൂ. ഏറ്റവും ഇളയവളായ എനിക്കുള്ള ടിക്കറ്റ് മാത്രം അതിലില്ല.

പെട്ടെന്നുതന്നെ അതുവരെ ഉണ്ടായിരുന്ന സന്തോഷം മാറി വലിയ ആകാംക്ഷയും വേവലാതിയും ഉണ്ടായി. ഞങ്ങളുടെ കുടുംബസുഹൃത്തുക്കളായിട്ടുള്ള പ്രഭാകരേട്ടനും അനസൂയേടത്തിയും ഞങ്ങളെ ആശ്വസിപ്പിച്ചു. പെട്ടെന്നുതന്നെ ആരോ ഒരാൾ എന്നെ എല്ലാവരും ഇരിക്കുന്ന സീറ്റിന്റെ പുറകിൽ നീളത്തിൽ കിടത്തി. ഇന്നത്തെപോലെ സ്പോഞ്ചുകൊണ്ടുള്ള സീറ്റൊന്നുമില്ല. മരംകൊണ്ടും ഇരുമ്പുകൊണ്ടും സ്ക്രൂ ഇട്ട് മുറുക്കിയ വീതി കുറഞ്ഞ ഇരിപ്പിടമായിരുന്നു.

എന്നെ കിടത്തിയ ഉടനെ എല്ലാവരും എനിക്ക് മുന്നിലായി ചാരി ഇരുന്നു. കാര്യമെന്തെന്ന് ചോദിക്കാനായും മുമ്പെ ടിക്കറ്റു പരിശോധകൻ അവിടെ എത്തിച്ചേർന്നു. രസികനും സരസനുമായ പ്രഭാകരേട്ടൻ പരിശോധകനോട് എന്തൊക്കെയോ സംസാരിച്ചുകൊണ്ടിരുന്നു. ടിക്കറ്റ് പരിശോധന കഴിഞ്ഞെങ്കിലും ഉദ്യോഗസ്ഥൻ പ്രഭാകരേട്ടനോടും അച്ഛനോടും വിശേഷങ്ങൾ ചോദിച്ചും പറഞ്ഞും കൊണ്ട് മറുവശത്ത് ഒഴിവുള്ളിടത്ത് ഇരിപ്പായി.

സാധനങ്ങൾ അടുക്കിവച്ചപോലെ എല്ലാരുടെയും, പിന്നാമ്പുറം തീവണ്ടിയുടെ വേഗത്തിനും ചലനത്തിനും അനുസരിച്ച് എന്റെ കുഞ്ഞുശരീരത്തിലേക്ക് ലോറി പോലെ കയറി... നെടുനീളത്തിൽ കിടക്കുന്ന എന്നെ മറന്നുപോയതുപോലെ എല്ലാവരുടെയും കൂട്ടച്ചിരികളും വിശേഷങ്ങളുംകൊണ്ട് കംപാർട്ട്മെന്റ് സജീവമായി.

എനിക്ക് വല്ലാതെ ശ്വാസംമുട്ടുന്നുണ്ടായിരുന്നു. ഞാൻ എനിക്ക് പറ്റാവുന്നത് പോലെ മുന്നിലിരിക്കുന്നവരെ ചൊറിയു

കയും മാന്തുകയും നുള്ളുകയും ചെയ്തു. കൂടുതൽ പുറകോട്ട് തള്ളിയിരുന്നതല്ലാതെ ആരും അനങ്ങിയില്ല. അനസൂയേച്ചി എന്നോട് കാര്യം പറയാൻ ഒരു സൂത്രപണിയെടുത്തു. അവരുടെ നാലുവയസുകാരൻ ചന്തുവിനോട് ചാഞ്ഞും ചരിഞ്ഞും "നോക്കൂ, പശു പോയിട്ടില്ല. നല്ല കുട്ടിയായിരുന്നാൽ പറയുന്ന സാധനം വാങ്ങിത്തരാം," എന്നെല്ലാം വീണ്ടും വീണ്ടും പറയുന്നുണ്ട്. രണ്ടു മൂന്ന് തവണ കേട്ടപ്പോൾ എനിക്കും കാര്യം മനസ്സിലായി.

ടിക്കറ്റ് പരിശോധകൻ വളരെ സ്നേഹത്തോടെ അച്ഛനോട് വീട്, നാട്, മറ്റ് വിശേഷങ്ങൾ ചോദിച്ചറിഞ്ഞു. 'കച്ചവടക്കാർ കടപൂട്ടി കുടുംബസമേതം വിനോദയാത്രയ്ക്ക് പോകുന്നത് വളരെ കുറവാണ്. നിങ്ങൾ തികച്ചും വ്യത്യസ്തനാണ്. സന്തോഷമായി പോയി തിരിച്ചുവരൂ' എന്ന് പറഞ്ഞുകൊണ്ട് അയാൾ പോയി. എനിക്ക് മുന്നിലുള്ളവർ പെട്ടെന്നെഴുന്നേറ്റ് എന്നെ പൊക്കി നേരെ നിർത്തി. പ്രഭാകരേട്ടൻ അനസൂയേച്ചിയുടെ ബുദ്ധിയെ പല രീതിയിൽ പുകഴ്ത്തിക്കൊണ്ടിരുന്നു.

അച്ഛനു മാത്രം വല്ലാത്ത മൗനവും സങ്കടവും.... എന്നോട് സ്വകാര്യമായി അമ്മ എന്തൊക്കെയോ ചോദിക്കുന്നുണ്ട്. അച്ഛന്റെ മുഖത്തു മാത്രമായിരുന്നു എന്റെ ശ്രദ്ധ..... ഇറങ്ങിക്കഴിഞ്ഞ് ഒരു കോലാ ഹലംതന്നെ ഉണ്ടാക്കണമെന്ന് കരുതിയിരുന്നു. അത്രയധികം വിമ്മിഷ്ടങ്ങൾ ഞാൻ ആ അര മണിക്കൂറിനുള്ളിൽ അനുഭവിച്ചു കഴിഞ്ഞിരുന്നു.

'പാവം അച്ഛൻ,' തന്റെ കയ്യിലെ അശ്രദ്ധയ്ക്ക് കുഞ്ഞുമോൾ ബുദ്ധിമുട്ടിയല്ലോ എന്നോർത്ത് വിഷമിക്കുകയായിരുന്നു. ഉമ്മ കൊടുത്തുകൊണ്ട് ചെവിയിൽ പറഞ്ഞു 'അച്ഛാ സാരമില്ല, എനിക്കധികം ബുദ്ധിമുട്ടുണ്ടായില്ല.' അച്ഛന്റെ കണ്ണുകൾ നിറഞ്ഞു. 'എന്തെങ്കിലും പ്രശ്നങ്ങളുണ്ടായാൽ അത് പരിഹരിച്ച്, പരസ്പരം കുറ്റപ്പെടുത്താതെ നീങ്ങണമെന്ന അച്ഛന്റെ ഉപദേശം അച്ഛൻതന്നെ മറന്നുപോയോ?' അച്ഛൻ എന്നെ കെട്ടിപ്പിടിച്ചു.

ചായ...... ചായ ....സമോസ ...... വട ....

എല്ലാവർക്കും ചായയും വടയും വാങ്ങി. ബാഗിൽ നിന്ന് മറ്റ് പലഹാരങ്ങളുമെടുത്ത് സംഘം വീണ്ടും യാത്രാലഹരിയിലേക്ക് ഒഴുകിയിറങ്ങി...... മൂന്ന് ദിവസത്തെ തഞ്ചാവൂർ, വേളാങ്കണ്ണി, നാഗൂർ സന്ദർശനത്തിനുശേഷം പതിവ് ജീവിതവഴികളിലേക്ക് ഞങ്ങൾ മടങ്ങി.

ജോക്കു കഥ കേട്ട് നിശബ്ദനായിരുന്നു. സങ്കടത്തിന്റെയോ സന്തോഷത്തിന്റെയോ എന്നറിയാത്തവണ്ണം അവന്റെ കണ്ണുകളും നിറഞ്ഞിരുന്നു. മുത്തശ്ശി അവനെ മടിയിലേക്കിരുത്തി.... "യാത്രകൾ അങ്ങനെയാണ്. പ്രതീക്ഷിക്കാതെത്തുന്ന പ്രശ്നങ്ങളെ അതിജീവിച്ച് മുന്നേറണം.' 'അതിനുശേഷം ഇത്രയും പ്രായമായപ്പോഴേക്കും ഏതാണ്ട് ഇന്ത്യ മുഴുവൻ തീവണ്ടിയിൽ തന്നെ യാത്ര ചെയ്തുകഴിഞ്ഞു. എല്ലാ യാത്രകൾക്കും അജ്ഞാതമായ ഒരു ഊർജ്ജം പകർന്നുതരുന്ന യാത്രയാണ് ആ തഞ്ചാവൂർ യാത്ര."

"മുത്തശ്ശിക്കും ജോക്കുവിനും മാത്രമായി ഒരു യാത്ര പോയാലോ? നമുക്ക് പോകാം അച്ഛന്റെ അനുവാദം വാങ്ങിവച്ചോളൂ. പിന്നെ എന്താവശ്യത്തിനും ഒരുമിച്ച് തന്നെയേ പോകാവൂ. കൈവിട്ടോടിയ കഥയൊക്കെ ഓർമ്മയുണ്ടല്ലോ." ജോക്കു ചിരിച്ചു. മുത്തശ്ശിയും.....

'ചൂളം വിളിച്ചുകൊണ്ട് അതാ വരുന്നു നമ്മുടെ പാസഞ്ചർ' മുത്തശ്ശി ചൂണ്ടിക്കാട്ടി.

ജോക്കു ചാടിയെണീറ്റു. എഞ്ചിൻ റൂമിന്റെ ജനലരികിൽ അതാ വിശാൽ മാമൻ, രണ്ടുപേരും കൈ വീശി. ട്രെയിൻ മറയുന്നതുവരെ ആ സ്നേഹം കാറ്റിലൂടെ അങ്ങോട്ടുമിങ്ങോട്ടുമൊഴുകി.

ഒരു സ്നേഹക്കത്ത്

അവധിക്കാലം തീരാറായി. മുത്തശ്ശി നാട്ടിലേക്കു മടങ്ങിയിരിക്കുന്നു. പാസഞ്ചറിനെ കാത്തിരിക്കുന്ന നേരം പോലും മുത്തശ്ശി കഥകളും തമാശകളും പറയും. എന്നെപ്പോലെ തീവണ്ടിയെ സ്നേഹിക്കുന്ന മുത്തശ്ശി.... 'തീവണ്ടിക്കുട്ടാ'ന്നുള്ള വിളിയും ചിരിയും ഇടയ്ക്കിടെ അവനോർത്തു.

ഒറ്റക്കിരുന്നു മടുത്തപ്പോൾ അവൻ വിശാൽ മാമൻ കൊടുത്ത കാർഡ് വിശദമായി വായിച്ചു.

വിശാൽ യാദവ്

ദ്വാരക 110/210

റെയിൽവേ ക്വാർട്ടേഴ്സ്

കോഴിക്കോട് 673001.

ഒരുവശത്ത് മലയാളത്തിലും, മറുവശത്ത് ഇംഗ്ലീഷിലും അതിനുതാഴെ ഹിന്ദിയിലുമായി എഴുതിയിരിക്കുന്നു. ഏതായാലും ഒരു കത്തെഴുതുക തന്നെ. അവൻ അകത്തേക്കു നടന്ന് അമ്മക്ക് കാർഡ് കാണിച്ചുകൊണ്ട് പറഞ്ഞു. "അമ്മേ മുത്തശ്ശി പോയതിൽ പിന്നെ വല്ലാതെ ബോറടിക്കുന്നു. വിശാൽ മാമനു കത്തെഴുതുവാൻ അമ്മയെന്നെ സഹായിക്കുമോ?"

"അതിനെന്താ...."

"തീവണ്ടിക്കുട്ടൻ വിശാൽ മാമന് എഴുതേണ്ടതെല്ലാം എഴുതി വച്ചോളൂ"

ജോക്കുവിന്റെ സംശയം നിറഞ്ഞ മുഖം കണ്ട്, അമ്മ ചിരിച്ചു. "നീ എന്തെങ്കിലും എഴുതൂ, അത് മടക്കി കവറിലാക്കി പോസ്റ്റു

ചെയ്യാൻ അമ്മ തയ്യാർ. നിന്റെ ഇഷ്ടമനുസരിച്ച് എന്തെഴുതിയാലും വിശാൽ മാമന് ഒരു കുഴപ്പവുമില്ല. ധൈര്യമായി എഴുതിക്കോളൂ."

അമ്മ അവന്റെ നെറുകയിൽ ചുംബിച്ചു. സന്തോഷംകൊണ്ട് ജോക്കുവും അമ്മയെ കെട്ടിപ്പിടിച്ച് ഉമ്മ വച്ചു.

"എന്റെ പ്രിയപ്പെട്ട വിശാൽ മാമന്,

മാമാ എന്തൊക്കെയുണ്ട് വിശേഷങ്ങൾ?

അവധിക്കാലമായതുകൊണ്ട് എന്നും പാസഞ്ചർ പോകുന്നതു നോക്കി നിൽക്കാൻ മുത്തശ്ശി കൂട്ടുണ്ടായിരുന്നു. മുത്തശ്ശി നാട്ടിലേക്കു തിരിച്ചുപോയി. അതിനുശേഷം ഞാൻ ഒറ്റയ്ക്കായ പോലെ....

ഒറ്റയ്ക്കിരിക്കാൻ തുടങ്ങിയപ്പോൾ തീവണ്ടിയെക്കുറിച്ചുള്ള കുറെ സംശയങ്ങൾ വന്നുകൊണ്ടിരിക്കുന്നു. 'എല്ലാ സംശയങ്ങളും തീർക്കാൻ വിശാൽ മാമനുണ്ടല്ലോ' എന്നാണ് അമ്മ പറയുന്നത്. ഒരു തീവണ്ടി എഞ്ചിനിൽ പരമാവധി എത്ര ബോഗികളാണ് ചേർക്കുന്നത്. തീവണ്ടിയുടെ മുന്നിലും പിന്നിലും എഞ്ചിൻ വന്ന് യോജിപ്പിച്ചുകൊണ്ടുപോവുന്ന മാജിക് എന്താണ്? ഒരു ബോഗിയിൽ ആകെ എത്ര സീറ്റാണ് കണക്കാക്കിയിരിക്കുന്നത്? എല്ലാ ബോഗിയുടെയും രണ്ടറ്റങ്ങളിലും രണ്ട് ബാത്ത് റൂമുകൾ വച്ച് ഉണ്ടോ? ഈ ബാത്ത്റൂം സൗകര്യത്തിന്റെ ക്രമീകരണങ്ങൾ എന്താണ്? എല്ലാ തീവണ്ടികളും കൃത്യമായ പാളത്തിലൂടെ സഞ്ചരിക്കുന്നതിനും കൂട്ടിയിടിക്കാതിരിക്കാനും ഉള്ള സൂത്രവിദ്യകൾ എന്തൊക്കെയാണ്. ഇതൊക്കെ നിയന്ത്രിക്കുന്ന എഞ്ചിൻറൂം എനിക്ക് കാണാൻ കൊതിയാവുന്നു. അടയാളങ്ങൾക്കനുസരിച്ച് തീവണ്ടികൾ കൃത്യമായി നിർത്തുന്ന പ്ലാറ്റ്ഫോമുകൾ തീരുമാനിക്കുന്നത് ആരാണ്? എങ്ങനെയാണ്? ഇനിയും ഒരുപാട് ചോദ്യങ്ങൾ മനസ്സിലുണ്ട്. പക്ഷേ, എഴുതാനറിയില്ല.

വിശാൽ മാമനെ കാണാനും ഇതൊക്കെ നേരിട്ട് കണ്ട് മനസ്സിലാക്കാനും എനിക്ക് കൊതിയുണ്ട്. വൈകാതെ അതിന വസരമുണ്ടാക്കണേ. മുത്തശ്ശി ഇടയ്ക്കിടെ പറയും..... 'തീവണ്ടി ക്കുട്ടനും തീവണ്ടിമാമനും.' എന്നിട്ട് ഉറക്കെച്ചിരിക്കും. എനിക്കും അത് കേൾക്കാൻ വല്യ സന്തോഷമാണ്. പിന്നെ എന്റെ സ്നേഹം നിറയ്ക്കുന്ന ബലൂണുകളും തീരാറായി.... തീർന്നാ ലെന്താ ചെയ്യാന്ന് അറിയൂലാട്ടോ...

എനിക്കും എന്റെ സംശയങ്ങൾക്കും വിശാൽ മാമൻ മധുര മുള്ള മറുപടികൾ തരുമെന്നറിയാം. മറുപടിക്കത്തിനും വരവിനും വേണ്ടി കാത്തിരിക്കുന്നു.

സ്നേഹത്തോടെ

ജോക്കു"

കത്ത് അമ്മക്കു കൊടുത്തു, വായിച്ചുനോക്കിയ അമ്മ അവന്റെ നെറുകയിൽ ചുംബിച്ചു. അമ്മ ഒരു കവറെടുത്ത് ജോക്കുവിന് നൽകി. കവറിൻമേൽ അക്ഷരത്തെറ്റില്ലാതെ ജോക്കു മേൽവിലാസമെഴുതി. കത്ത് അവൻതന്നെ കവറിലിട്ടു, പശചേർത്ത് ഒട്ടിച്ചു. അമ്മ നൽകിയ 5 രൂപയുടെ സ്റ്റാമ്പ് കവറിൻ മേൽ ഒട്ടിച്ചു.

"അമ്മേ ഞാനിത് തപാൽപെട്ടിയിൽ ഇട്ടിട്ടുവരാം"

ജോക്കു നടക്കുകയല്ലായിരുന്നു - ഓടുകയായിരുന്നു. തപാൽ പെട്ടിയിലിട്ട കത്തിനൊപ്പം തീവണ്ടിക്കുട്ടന്റെ വികാരവിചാര ങ്ങൾ, സ്നേഹതരംഗങ്ങളായി തീവണ്ടിമാമന്റെ ഹൃദയതന്ത്രി കളിൽ അലയടിച്ചു.

പാസഞ്ചർ എന്നും ജോക്കുവിന്റെ വീടിനടുത്തെത്തുമ്പോൾ നീട്ടിക്കൂകി സാവധാനത്തിൽ സഞ്ചരിക്കും. അപ്പോൾ ജോക്കു വിന്റെ മനസ്സു നിറയും. വിശാൽ മാമനെ കാണാനായില്ലെങ്കിലും എഞ്ചിൻ റൂമിൽ തന്റെ തീവണ്ടിമാമനുണ്ടെന്ന് അവൻ തിരിച്ചറിയും. സന്തോഷത്താൽ മതിമറന്ന് തീവണ്ടി പോയിത്തീ

രുന്നതുവരെ അവൻ കൈകൾ വീശും. അപരിചിതത്വത്തിന്റെ പാറക്കല്ലുകൾ പിളർന്നു പൊടിഞ്ഞുകൊണ്ടിരുന്നു. സ്നേഹം മാത്രം പരസ്പരം ഒഴുകിക്കൊണ്ടിരുന്നു.

നേരം വെളുത്തതേയുള്ളൂ. ജോക്കു നല്ല ഉറക്കത്തിലാണ്. വാതിലിൽ വളരെ പതുക്കെയുള്ള മുട്ടു കേൾക്കുന്നു. അച്ഛനും അമ്മയും ഉണർന്നു. അവർ ആകാംക്ഷയോടെ ജനലിലൂടെ പാളിനോക്കി... വെളുത്ത റെയിൽവേ യൂണിഫോം ധരിച്ച് പുറത്ത് ജോക്കുവിന്റെ വിശാൽ മാമൻ....

അവർ വേഗം വാതിൽ തുറന്നു.

"ഞാൻ നിങ്ങളെ ബുദ്ധിമുട്ടിച്ചെങ്കിൽ ക്ഷമിക്കണം."

അച്ഛനും അമ്മയും ചിരിച്ചു.

''വരൂ, അകത്തേക്കിരിക്കാം." അച്ഛൻ ക്ഷണിച്ചു.

വിശാൽ ഒന്നുരണ്ട് പൊതിക്കെട്ടുകളുമായി അകത്തേക്ക് കയറി.

"ജോക്കു നല്ല ഉറക്കത്തിലായിരിക്കും അല്ലേ?"

"അതെ"

“എനിക്കവനെ അദ്ഭുതപ്പെടുത്തണമെന്നുണ്ട്.”

“അതിനെന്താ ആയിക്കോളൂ.”

അയാൾ പതുക്കെ ജോക്കുവിന്റെ കട്ടിലിനരികത്തേക്കു നീങ്ങി. മൃദുലമായി തീവണ്ടിയുടെ ചൂളംവിളിയും തുടർന്നുള്ള ചലനങ്ങളും അനുകരിച്ചുകൊണ്ട് പുഞ്ചിരിയോടെ നിന്നു.

“തന്റെ ചെവികൾക്ക് ഏറ്റവും ഇഷ്ടപ്പെട്ട ശബ്ദം. ഇത്ര മധുരമായി കേൾക്കുന്നതെവിടെ നിന്നാണ്?”

ഇങ്ങനെ ചിന്തിച്ചുകൊണ്ട് ജോക്കു സാവധാനത്തിൽ കണ്ണു തുറന്നു....

“അവിശ്വസനീയം തന്നെ...” വീണ്ടും വീണ്ടും കണ്ണുകൾ തുടച്ചു. സന്തോഷത്താൽ മതിമറന്ന് വിശാലിനെ കെട്ടിപ്പിടിച്ചു.

“ഈ കൊച്ചുകൂട്ടുകാരന്റെ നിഷ്കളങ്കസ്നേഹം പരിഗണിക്കാതെ കടന്നുപോകാതിരുന്നത് ഈശ്വരാധീനം തന്നെ” വിശാൽ സ്വയം പറഞ്ഞു.

പിന്നെയും പിന്നെയും ജോക്കു എന്തൊക്കെയോ സംസാരിച്ചുകൊണ്ടിരുന്നു. വിശാൽ അവയ്ക്കെല്ലാം ചെറുപുഞ്ചിരിയോടെ കാര്യവും കുസൃതിയും നിറഞ്ഞ ഉത്തരങ്ങൾ നൽകി.

കൊണ്ടുവന്ന പൊതികൾ ജോക്കുവിന് നൽകിക്കൊണ്ട് വിശാൽ പറഞ്ഞു.

“ഇതൊക്കെ കുറച്ച് പുസ്തകങ്ങളും മധുരപലഹാരങ്ങളുമാണ്. ജോക്കുവിന്റെ അവധിക്കാലം കൂടുതൽ സുന്ദരമാക്കാൻ ഇവയ്ക്കു കഴിയും.”

“പുസ്തകങ്ങൾ ജോക്കുവിന്റെ സംശയങ്ങൾക്ക് ഉത്തരം നൽകും. സമയം ഒത്തുവരുമ്പോൾ എല്ലാം നേരിട്ടുകാണിക്കാം. പുതിയ വിശേഷങ്ങൾ എഴുതി അറിയിക്കണേ.”

വീണ്ടും രണ്ടുപേരും കെട്ടിപ്പിടിച്ചുമ്മകൾ നൽകി. കണ്ടുനിന്ന അച്ഛന്റെയും അമ്മയുടെയും കണ്ണുകൾ ഈറനണിഞ്ഞു.

"വല്ലാത്തൊരു സൗഹൃദം തന്നെ"

തീവണ്ടിയുടെ ചൂളംവിളികൾക്കിടയിൽ അവിടെ വലിയൊരു സ്നേഹാകാശം ഉയരുന്നുണ്ടായിരുന്നു.

അവരൊന്നിച്ച് പ്രാതൽ കഴിച്ചുകൊണ്ടിരിക്കെ സുജാത ടീച്ചറും ഹെഡ്മാസ്റ്ററും പി ടി എ പ്രസിഡന്റ് ശിവരാമേട്ടനും അവിടെയെത്തി.

"തീവണ്ടിക്കുട്ടനും ലോക്കോപൈലറ്റും തമ്മിലുള്ള സ്നേഹ പ്രകടനങ്ങൾ കഴിഞ്ഞുവോ? വിശാൽമാമൻ വഴി നമ്മുടെ വിദ്യാലയത്തിനും വളരെ വലിയ സന്തോഷവും സമ്മാനവും ലഭിച്ച വിവരം ജോക്കു അറിഞ്ഞുവോ?"

ജോക്കു അമ്പരന്ന് അമ്മയെ നോക്കി...അമ്മ കൈകൊണ്ട് അറിയില്ലെന്ന് ആംഗ്യം കാണിച്ചു...വിശാൽ ജോക്കുവിനെ തോളിൽ തട്ടി മൃദുവായി ചിരിച്ചു. "വരൂ നമുക്ക് പുറത്തേ ക്കിറങ്ങാം..." അവർ പുറത്തേക്കിറങ്ങി.

ങേ...ഞാറാഴ്ചയായിട്ടും സ്കൂളിലുള്ള കുട്ട്യോളും, വീട്ടുകാരും, നാട്ടുകാരുമെല്ലാം പാളത്തിനടുത്തുള്ള ഗ്രൗണ്ടിൽ എത്തിയിരിക്കുന്നു. അവിടെ ഒരു ചെറിയ യോഗം നടക്കാനുള്ള തയ്യാറെടുപ്പുകളും ഉണ്ടല്ലോ? ജോക്കുവും സംഘവും പ്രധാന വേദിയിലെത്തി. സ്റ്റേഷൻ മാസ്റ്ററും ലോക്കോ പൈലറ്റ് അസോസിയേഷൻ പ്രസിഡന്റും സന്നിഹിതരായിരുന്നു. സമയം രാവിലെ 8.30... ബാലസൂര്യൻ തന്റെ അരുണരശ്മികളാൽ എല്ലാവരെയും തിലകമണിയിച്ചു. പി.ടി. എ പ്രസിഡന്റ് അധ്യക്ഷനായിക്കൊണ്ട്, മൗനപ്രാർത്ഥനയോടെ യോഗം ആരംഭിച്ചു. ഹെഡ്മാസ്റ്റർ ദേവസി സർ സ്വാഗത പ്രസംഗം നടത്തിയതിനുശേഷം സ്റ്റേഷൻ മാസ്റ്റർ ഉദ്ഘാടനം നിർവഹിച്ചു കൊണ്ട് ഇപ്രകാരം പറഞ്ഞു.

"പ്രിയപ്പെട്ടവരെ, മനോഹരവും ശാന്തഗംഭീരവുമായ ഗ്രാമവും, വീടും, വിദ്യാലയവും ജോക്കുട്ടന്റെ തീവണ്ടി സ്നേഹത്താൽ ഓൾ ഇന്ത്യ റെയിൽവേയിൽ ജോലിചെയ്യുന്ന വരുടെ ഹൃദയത്തിൽ ഇടം പിടിച്ച നാൾവഴികൾ നിങ്ങളറിഞ്ഞി

രിക്കുമല്ലോ....ഞങ്ങളുടെ ഓൾ ഇന്ത്യ റെയിൽവേ എംപ്ലോയീസ് യൂണിയന്റെ നേതൃത്വത്തിൽ ഈ ഗ്രാമത്തിലെ ഒരേയൊരു വിദ്യാലയത്തിന്റെ അതിരുകൾ സംഗമിപ്പിച്ചുകൊണ്ട് ഒരു കളിത്തീവണ്ടി സംവിധാനം അടുത്ത അധ്യയന വർഷത്തോടെ പ്രാബല്യത്തിലാവുകയാണ്. ആ വരുന്ന ചരക്കുത്തീവണ്ടിയിലെ വിവിധ ബോഗികളിലായി അതിനുവേണ്ട സർവ്വസാമഗ്രികളും ഇവിടേക്ക് വന്നുകൊണ്ടിരിക്കുന്നു. ”

കേട്ടുനിന്നവർ മന്ദം മന്ദം കടന്നുവന്ന തീവണ്ടിയെ നോക്കി ഹർഷാരവം മുഴക്കി. പഠനം തികച്ചും രസകരമാക്കുന്ന വിധത്തിൽ ഈ തീവണ്ടി ഉപയോഗപ്പെടുത്തണമെന്ന് ആശംസിച്ചുകൊണ്ട് സ്റ്റേഷൻ മാസ്റ്റർ ഒരു വലിയ പച്ചക്കൊടി വീശി. ഗ്രാമം സന്തോഷത്തോടെ കയ്യടിച്ചുകൊണ്ട് സ്വീകരിച്ചു.

സുജാത ടീച്ചർ ജോക്കുവിന്റെ തീവണ്ടിസ്നേഹത്തെപ്പറ്റിയും അതുണ്ടാക്കിയ വ്യത്യസ്ത സാഹചര്യങ്ങളും സംഭവങ്ങളും കൂടിനിന്നവരോട് പങ്കുവച്ചു. തിങ്ങിനിന്ന ജനക്കൂട്ടത്തെ നോക്കി വിശാൽ പറഞ്ഞു:

“ജോക്കു മാത്രമല്ല, ഈ നാട് മുഴുവൻ തീവണ്ടിസ്നേഹികളാണെന്ന് ഞാൻ തിരിച്ചറിയുന്നു. അജ്ഞാതനായ എന്നോട് തീവണ്ടിക്കുട്ടനായ ജോക്കുവിനുണ്ടായ അടുപ്പവും അതുണ്ടാക്കിയ സ്നേഹസ്പന്ദനങ്ങളും വാക്കുകൾക്കതീതമാണ്. നമുക്കെല്ലാവർക്കും ഒരുമിച്ച് ഒരു തീവണ്ടിപ്പാട്ടുപാടാം. കൂകൂ കൂകൂ തീവണ്ടി കൂകിപ്പായും തീവണ്ടി...”

ആളുകൾ ആവേശത്തോടെ ഉച്ചത്തിൽ പാട്ടുപാടിക്കൊണ്ട് നിൽക്കെ ചരക്കുതീവണ്ടി അവിടെ ഇരമ്പിയെത്തി. ആകാംക്ഷയുടെ ഓളങ്ങളിൽ ഗ്രാമമൊന്നായി നോക്കിനിൽക്കെ വ്യത്യസ്ത ബോഗികളിൽനിന്നും ചെറിയ ക്രെയിൻ ഉപയോഗിച്ച് വലുതും ചെറുതുമായ പെട്ടികളും കൃത്യമായി മോൾഡു ചെയ്യപ്പെട്ട ഉരുക്കുപാളങ്ങളും വളരെ ശ്രദ്ധയോടെ അവിടെ കാത്തുനിന്ന ലോറികളിലേക്ക് കയറ്റി.

ഗ്രാമത്തിന്റെ കൗതുകക്കണ്ണുകൾ ഇമവെട്ടാതെ ആ കാഴ്ചകൾ ഒരിക്കലും മറക്കാത്തവണ്ണം ഒപ്പിയെടുത്തു.

“ചരക്കിറക്കി തീവണ്ടി മടങ്ങുകയാണ്. ഈ നാടിന്റെ തീവണ്ടി സ്നേഹത്തിനു നന്ദി....” വിശാൽ എല്ലാവരേയും നോക്കി കൈകൂപ്പി യാത്ര പറഞ്ഞു.

ആൾക്കൂട്ടത്തിനിടയിലൂടെ ജോക്കു ഓടി...വിശാൽമാമനെ കെട്ടിപ്പിടിച്ചു. സന്തോഷംകൊണ്ട് അവന്റെ കണ്ണുകൾ നിറഞ്ഞൊഴുകി. വിശാൽ വിജയിയെപ്പോലെ ജോക്കുവിനെ എടുത്തുയർത്തി കുനിഞ്ഞു നെറുകയിൽ ചുംബിച്ചു. ജോക്കുവിനൊപ്പം ഗ്രാമം മുഴുവൻ കൈവീശി യാത്രാമംഗളങ്ങൾ നേർന്നു. ചരക്കുതീവണ്ടി സംഗീതമാധുരിയോടെ പാളങ്ങളിൽക്കൂടി ഒഴുകിയൊഴുകി അകലെ മറഞ്ഞു. ഗ്രാമം തീവണ്ടി സ്വപ്നങ്ങളെ നെഞ്ചേറ്റിപ്പിരിഞ്ഞു. പാളങ്ങൾക്ക് നന്ദി പറഞ്ഞുകൊണ്ട്, പരുപരുത്ത കുലുക്കങ്ങൾ ഉണ്ടാക്കുന്ന വിമ്മിഷ്ടങ്ങൾ നാടിന്റെ സന്തോഷക്കിലുക്കമാക്കിയ പൊന്നുമോനെ മാറോടണച്ച് പരസ്പരം കൂട്ടിമുട്ടാത്ത പാളങ്ങളെ അമ്മ ഹൃദയംകൊണ്ട് ചുംബിച്ചു.

○